મીનુ પોપટ

પરાગ પંડ્યા

Clever Fox
PUBLISHING
Chennai • Bangalore

ISBN 13: 978-93-90507-67-2

ISBN 10: 93-90507-67-7

Published by CLEVER FOX PUBLISHING

અર્પણ

મારા "માસી"
સ્વ. હંસાબેન ચીમનલાલ પંડ્યાના ચરણોમાં....

મીનુ-પોપટ

ખેલે પોપટ,
મેના પ્રણય ડાળે,
મીનુ-પોપટ.

મારી કલમે :
નમસ્કાર.
ગઝલ એટલે પ્રિય અને પ્રિયતમા વચ્ચેનો વાર્તાલાપ.

5 થી 11 શેરની ગઝલ બને.

પહેલો શેર "મત્લા" અને આખરી શેર "મક્તા".

મત્લામાં પહેલી પંક્તિ : મિસરા-એ-ઉલા ને બીજી પંક્તિ - મિસરા-એ-સાની. બંને મિસરામાં કાફિયા-રદીફ નું હોવું. એમાં પાછો છંદ, મીટર, લયમાં

બંધારણ..... ફારસી-અરબી પરિવર્તિત ઉર્દુ-હીન્દી ગઝલ બની ચર્ચા પણ નવા ગાલીબો માટે કોયડો !

એટલે મને તો ફાવે - * મુક્તક * !

મુક્તક એક આ બધાથી મુકત એવો શેર. એની પ્રાચીન પરિભાષા – " બાઝનાન ગૂફ્તગુ કર દે ". મતલબ પ્રિયતમા સાથે વાત-ચીત કરવી. શેર એક સ્વતંત્ર પદ્ય કાવ્ય હોય છે.

અને હા, આ શેર સ્વતંત્ર રૂપથી વગર ગઝલે કહેવાય છે. માટે નૌસિખીયા આવાં એક્કા-દુક્કા મુક્તકોથી શરૂઆત કરે છે. એનો લાભ એ છે કે ગઝલની જટિલતાઓમાં પડ્યા વગર મુક્ત મને દિલથી "લવ-ચીક" વાત કહી જાય છે. માટે મુક્તક ગમે છે કેમકે બાધ્યતા નથી રહેતી.

-- "પરાગ"ના અભિવાદન
ગાાંધીનગર, ગુજરાત.
મો : +91 98244 59373
E-mail I’d: pamikava@yahoo.co.in

પ્રસ્તાવના

લેખકની મોજનું પુસ્તક

ચોંટાડવો'તો નાનોસો ચાંદ તુજ વિશાળ ભાલ પર,
વિસરાયું કેમ? તર્જની તુજ સંગ ગઇ'તી તરછોડી !

પુસ્તકની પ્રસ્તાવના લખતી વેળા પુસ્તકમાં લખાયેલી પંક્તિઓથી જ શરૂઆત કરવી પડે એનાથી વધુ પ્રશસ્તિ પુસ્તકની શું હોઈ શકે? કહેવા માટે આ પુસ્તક મુક્તકસંગ્રહ છે, પણ સુજ્ઞ વાચકો માટે 'બંધન' બની જશે અને વાચકો તેના 'બંધાણી' એ વાત નિશ્ચિત છે.

મિનુ-પોપટ : સદા યુવાન વ્યક્તિત્વ અને મોજીલા લેખક પરાગ પંડ્યાનું આ પાંચમું પુસ્તક અને ત્રીજો મુક્તકસંગ્રહ. અગાઉનાં ચારેય પુસ્તકોનાં મુખપૃષ્ઠ પર એક સામાન્ય બાબત એટલે એમનાં પત્નીની તસવીર. અલબત્ત, ત્રણ પુસ્તકોમાં લેખક પોતે પણ પત્નીની સાથે દેખાય છે. આ ચારેય મુખપૃષ્ઠ જોતાં એ વાત સહજ રીતે સમજાય કે લેખકને પત્ની પ્રત્યે કેટલો સ્નેહ હશે અને આ યુગલ વચ્ચે કેટલી નજદિકી હશે. તેમ છતાં હકીકત એ પણ ખરી કે આ મુક્તકસંગ્રહમાં શરૂઆતનાં મુક્તકો તૂટેલા દિલ, વિરહ, અધૂરા રહી ગયેલા પ્રેમની વાત કરે છે. પરાગ પંડ્યા જેવા જિંદાદિલ આદમીને અવશ્ય પૂછી શકાય,

'એવી કઈ વેદના સંઘરી રાખી છે મનમાં તમે
કે ચહેરો સદાય હસતો જ રાખો છો?'

અલબત્ત, જુદાઈનો વિરહ વેઠતો કે સાથની અધૂરપ વેઠતો એમનો પ્રેમ છીછરો કે સ્વાર્થી નથી એ પણ એમનાં મુક્તકો સૂચવે છે. પ્રેમનું મહત્ત્વ એમને મન સર્વોચ્ચ છે એ પણ એમણે બેધડક કહ્યું છે.

હશે પુરાણો તમારે માટે, મારો તો જીવન આધાર,
પ્રેમમાં વળી દુહાઈ શેની ? પ્રેમ જ મજબૂત આધાર !

બધું ખોયા પછી માનવીમાં જેમ સાધુપણું આવી જાય, એને ફિલસૂફી આવડી જાય એવુંય અહીં જોવા મળે છે. એવાં મુક્તકો પણ એમણે અહીં રચ્યાં છે.

શમણાં જોવાં સ્નેહનાં એ ફરજીયાત છે,
ને બધાં પૂરાં થાય એ પણ જરૂરી નથી;
જે માણ્યાં એ સાચાં ....જે ખોયાં એ ખોટાં !

પોતે ભલે પોતાના પ્રિયપાત્રને ખોઈ બેઠા છે, પરંતુ પોતાના પ્રેમમાં કોઈ કમી નહોતી, પોતાનો પ્રેમ ઉચ્ચકોટિનો હતો એવો આત્મવિશ્વાસ પણ આ પંક્તિઓમાંથી વ્યક્ત થાય છે, 'વાહ' બોલવાનું મન થઈ જાય એવી પંક્તિઓ છે.

શીખીને ગઇ કામિની, પ્રણય મારી પાસેથી,
જેને પણ કરશે મહોબ્બત, બેહિસાબ કરશે !

ભલે એકલાં રહેવાનું ફાવી ગયું હોય, ફિલસૂફી સમજાઈ ગઈ હોય ને સાધુપણું મનમાં વસી ગયું હોય, પણ પ્રેમી તો આખરે પ્રેમી જ રહેવાનો, એના મનમાં પ્રેમીપાત્રથી દૂર થયાનું દરદ આજીવન રહેવાનું. એ ભલે બધા સામે વ્યક્ત ન થાય, પણ પોતાની જાતથી અછતુંય ના રહે. અને આ પોતાની જાત એટલે કોણ?

પ્રિયપાત્રમાં ડૂબાડી દીધેલું પોતાનું વ્યક્તિત્વ. એની સાથે તો બધી વાત થાય, એને તો બધું જ કહેવાય. એના જ કારણે મળેલું દિલનું દર્દ પણ એને તો કહેવાય જ. જુઓ, એ અહીં કેવી સુંદર રીતે કહેવાયું છે!

સાંજ ડૂબે ને વિરહ-વેદના ઉગે,
એટલે દિલ તો કલ્પાંત કરે જ;
હા હવે એ જ આસ છે તારી પાસે,
એ સમય આવે ને ફરી તું હૂબહૂ સાંજ રચે !

આટઆટલી વેદના એના કારણે વેઠ્યા પછીય એની પાસેથી જ આસ છે ને એના સિવાય એવી સલૂણી સાંજ કોઈ ના રચી શકે એવો વિશ્વાસ પણ છે! ખૂબ સુંદર ખયાલ છે લેખકનો.

એવી જ સુંદર રચના દિલ તૂટવા અંગેની પણ છે. દિલને રમકડા સાથે સરખાવી લેખકે આંસુ સાથે સંવાદના માધ્યમથી તૂટવાની ઘટનાને સુંદર રીતે આલેખી છે. યાદ રહી જાય એવી આ પંક્તિઓ છે.

ટપકું પાંપણ મહીંથી ધસી આવ્યું આંસુનું
ને પૂછ્યું, વળી પાછું રમકડું કોણે તોડ્યું ?

વિરહમાં ઝૂરતું એક પ્રેમીપાત્ર ગમે તેટલી ફિલસૂફી કરે કે ગમે તેટલી શાયરીઓ રચે, ગમે તેટલી આદર્શની વાતો

કરે કે ગમે તેટલી દુનિયાદારી દેખાડે પણ આખરે એના મનમાંથી પોતાના પ્રેમની વાત તો ખસતી જ નથી. દુનિયાભરનું ડહાપણ પણ વિરહની વેદનાને ઓછી કરી શકતું નથી એ કહીકત છે. આ સંજોગોમાં બે જ વિકલ્પો બળવત્તર રહે છેઃ પહેલો વિકલ્પ, પ્રેમીપાત્ર પુનઃ મળી જાય અને એ ન થઈ શકે તો બીજો વિકલ્પઃ મોત મળી જાય. અલબત્ત, પ્રેમની લાગણી એવી ઉચ્ચકક્ષાની છે કે મોત, પ્રેમી પોતાના માટે માગે છે, પોતે જેને પ્રેમ કરે છે એના માટે નહીં. ભલે એણે પોતાને જુદાઈ આપી છે, ભલે એણે પોતાને દર્દ આપ્યું છે ને ભલે એણે પોતાને મોત સુધીના રસ્તે જવા મજબૂર કર્યો છે, તોય મોત એના માટે નહીં, મોત પોતાના માટે. અને પોતે જેને પ્રેમ કરે છે એના માટે? એની લાંબી ઉમરની યાચના!

વિરહની વેદના કરાવે છે જીવનના અંતની
પ્રભુયાચના,
હમણાં જ ગયું કોઇ કરી, તારી લાંબી ઉમરની
યાચના !

'હમણાં જ ગયું કોઈ કરી, તારી લાંબી ઉમરની યાચના.' આ કોઈ એ કોણ હોઈ શકે એ વાતની સ્પષ્ટતા કરવા જેવી છે ખરી? પોતાના પ્રેમીપાત્રની ઉમરની લાંબી યાચના કરનાર પોતાના સિવાય બીજું કોણ હોઈ શકે? આ વાતને બીજું કોઈ જાણી શકે? નિશ્ચિતપણે એ પોતાનું જ વ્યક્તિત્વ હોય. પણ પોતાના માટેય 'કોઈ' શબ્દનો

ઉપયોગ કરીને પ્રેમીએ પોતાની જાત પ્રેમીપાત્ર સમક્ષ વ્યક્ત ન કરવાની સાવધાની રાખી છે, ક્યાંક એનાથી પ્રેમીપાત્ર વ્યથિત ન થઈ જાય એ ખ્યાલથી. કેટકેટલું વિચારતા હોય છે પ્રેમી પોતાના પ્રેમ માટે! ખરે જ, પ્રેમની લાગણી એ સર્વોત્તમ લાગણી છે.

જો કે એવું પણ નથી કે આ આખાય પુસ્તકમાં લેખકે માત્ર ને માત્ર પ્રેમની ને વિરહની જ વાતો આલેખી છે. એમાં હળવાશ, ફિલસૂફી ને ચિંતન પણ છે જ, તો કોરોના ને સંજય રાઉતના માધ્યમથી વર્તમાન પરિસ્થિતિનોય ઉલ્લેખ એમણે કરી જ લીધો છે.

સરવાળે, આ પુસ્તક ઊર્મિઓથી ભરેલું તો છે જ, પણ મારે એની ઓળખ આપવી હોય તો હું એમ કહી શકું કે 'આ પુસ્તક એ લેખકની મોજનું પુસ્તક છે.'

લેખકને જ્યાં ઠીક લાગ્યું, જેમ ઠીક લાગ્યું એ પ્રમાણે તે લખાતું ગયું છે. એમાં લેખકે ના જોડણી-ભાષાની તમા રાખી છે કે ના છંદની કે ના અન્ય કોઈ બંધનોની. એમણે બસ લખ્યું છે, બેબાક લખ્યું છે ને અંતરમાંથી અભિવ્યક્ત થયું એ જ લખ્યું છે. એટલે જ આવી રચનાઓ મુક્તક કહેવાતી હશે ને!

આજના વૉટ્સએપિયા જમાનામાં ફટાફટ વાંચી શકાય ને અન્ય રસજ્ઞોને ફોરવર્ડ પણ કરી શકાય એવાં આ

મુક્તકો સમયની માગ છે એવું મને લાગે છે. નવી પેઢીમાં વાચન ઘટી રહ્યું છે એવી બૂમરાણ મચી રહી છે ત્યારે આવાં નાનાં મુક્તકો વાચકસંખ્યા વધારવામાં મદદરૂપ થઈ શકે તેમ છે. વળી, તેમાં પ્રેમની ને વિરહની એવી વાતો આલેખવામાં આવી છે, જેનો માણસમાત્રએ ક્યારેક ને ક્યારેક અનુભવ કર્યો છે. આ કારણે પુસ્તક પ્રત્યેક આયુવર્ગના વાચકોને આકર્ષી શકવાની ક્ષમતા ધરાવે છે.

સાવ સરળ શબ્દોમાં રચાયેલાં, રચાનાનાં બંધનોની તમા રાખ્યા વિના રચાયેલાં આ મુક્તકોને હું આવકારું છું અને તેમની રચના બદલ લેખકને સલામ કરું છું.

16 ડિસેમ્બર, 2020

કુંતલ નિમાવત
H-12, વિજય એપાર્ટમેન્ટ,
વાવોલ, ગાંધીનગર.
મો. 98245 10145
ઈ-મેઇલઃ knn786@gmail.com

અનુક્રમણિકા

પોપટ

પોપટ સાથે પીંજરુ સામાજિક બંધન છે,
કેમકે મેના દીઠી નથી ને પોપટ ઉડ્યો નથી !

*****

મેના

મેનાની વેદના એજ મારી,
સમજી ગયા છો તો, આવી જાવ પિંજરામાં !

*****

મેના-પોપટ

પોપટ મજા કરે છે ને મેના સજા ભોગવે છે,
વાંચી ગયા તમે એ એકદમ જીવન સત્ય છે !

*****

મહેંદી

શાને ધરી હાથ છુપાવી આંખોનું કાજળ,
જોવું છે મારે હાથની મહેંદીમાં મારું નામ !

*****

તર્જની

ચોંટાડવો'તો નાનોસો ચાંદ તુજ વિશાળ ભાલ પર,
વિસરાયું કેમ? તર્જની તુજ સંગ ગઇ'તી તરછોડી !

*****

છાંયડો

પ્રિયા દિલમાં હોય એટલે સાથે જ દટાયને,
વિકસ્યું છે વૃક્ષ મહીંથી તને છાંયડો આપવા !

*****

શમણાં

શમણાં જોવા સ્નેહના એ ફરજીયાત છે,
ને બધાં પૂરાં થવા એ પણ જરૂરી નથી;
જે માણ્યા એ સાચા .... જે ખોયા એ ખોટાં !

*****

કામિની

શીખીને ગઇ કામિની, પ્રણય મારી પાસેથી,
જેને પણ કરશે મહોબ્બત - બેહિસાબ કરશે !

*****

તોફાન

જોયો છે દરિયો ઘુઘવાતો તોફાન પહેલાં,
કેમ ના કહ્યું ? જીવનમાંથી ખસતા પહેલાં !

*****

હાર

સ્નેહમાં ઇચ્છામરણની માંગ અઘટિત છે,
ભગવાનની છબીની પૂજા પછી હાર ટાંગ્યો છે !

*****

ચોરસ

મુશ્કેલી પડે જો વર્તુળ ચોરસની અંદર,
આસાન છે બધું જો થાય; ચોરસ વર્તુળની અંદર !

*****

ઘા

ના શરીર પર દેખાય છે, ના ચહેરે વંચાય છે,
ઘા પણ કેવાં ? દિલ અંદરોઅંદર છોલાય છે !

*****

પોરા

અચંભિત થયો કે વગર વાદળે વરસાદ ક્યાંથી ?
આ તો આંખોથી લપસ્યાને પોરા હોઠો પર મરક્યા !

*****

રૂઝ

જખમ દિલના કદી ગુપ્ત રહેતા નથી,
રૂઝ સખીના વ્હાલસોયા સ્પર્શ વિના શક્ય નથી !

*****

વિરહ

અજબ - ગજબનો છે આ વિરહ !
એકનું તરછોડવું ને બીજાનું તણાવું !

*****

ભ્રમ

સુખ-દુઃખ બદલાય સમય સંગ એ કુદરતી ક્રમ,
કળા તો મોર કરે ઢેલને રીઝવવા ! ભ્રમ ?

*****

પાલવ

હા સંપૂર્ણપણે માહિતગાર છું,
એટલે તો પાલવ ભીનો કરું છું;
લૂછવાનું પ્રસ્વેદ તમારો -- એ ચેષ્ટા અમારા
પ્રેમની વાત છે !

*****

આધાર

હશે પુરાણો તમારે માટે, મારો'તો જીવન આધાર,
પ્રેમમાં વળી દુહાઈ શેની ? પ્રેમજ મજબૂત આધાર !

*****

મારગ

દર્દવિહોણી મરકતી આંખો મને ગમશે,
દિલના નકશામાં ઘુસી વસશો તો વધુ ગમશે,
સપનામાં તારી સંગ રખડવું બહુ ગમે છે;
મારગમાંથી તું ખસે તો મને – મારગ ખસેડતાં
પણ ફાવે છે !

*****

યાચના

વિરહની વેદના કરાવે છે જીવનના અંતની પ્રભુયાચના,
હમણાં જ ગયું કોઇ કરી તારી લાંબી ઉંમરની યાચના !

*****

હેત

અમે કહીશું - જઇને આવીયે - તો રહેજો કહણ આવીશું,
હાથનું કાપવું વ્યાજબી છે પણ જો -જો હેત
ના કાંપે કદી !

*****

જમાનો

ચર્ચા કરતો'તો જમાનો જ્યારે ફરતા'તા આપણે બે સંગ,
હવે તો અરિસો પણ પૂછે છે કોણ? - તેથી છું હું દંગ!

*****

ફના

આજ પૂછે છે મને અલ્યા ગજવું શેં ચિક્કાર છે?
શું થાય -પીડા, મુંઝવણ, મુશ્કેલીઓ પારાવાર છે!
કોરોનાનો આ-ભાર છે!

*****

ડંસ

તમારા તમામ એવા અમથા ફૂંફાડાને અમે
ઝીલ્યા છે;
એટલે હવે તમારા ડંસને ખમતાય ફાવશે!

*****

ઢોલ

સૌને સંભળાવીને શું કામ છે ?
દુનિયાને સલીમમાં ક્યાં રસ છે ?
અનારકલીને સંભળાય એટલે ઢોલ ધબકે !

*****

બેખબર

ચાંદનીએ તો હસ્ત લાંબા કર્યા છે, આપની ફાવટ માટે,
રખે હવામાં ડગ માંડતા... ચાંદનીનું મોહક તેજ માણતા...
રસ્તેથી બેખબર ના થઇ જાવ !

*****

દાદ

સાંભળ્યું છે કે એ ખુશ છે તો પછી શાને કરવી ફરિયાદ ?
જો એને ખુશ પણ ના જોઉં તો મળે કેમ મારા પ્રણયને દાદ !

*****

બેફામ

રાખ્યા હોત જો ઉરમહીં અમને ને,
સાચવ્યા હોત ખ્યાલો મનમહીં,
તો હેત આમ નાડમાં બેફામ ઉછાળો ના મારત !

*****

હુબહુ

સાંજ ડૂબે ને વિરહ-વેદના ઉગે,
એટલે દિલ તો કલ્પાંત કરે જ;
હા હવે એજ આસ છે તારી પાસે,
એ સમય આવે ને ફરી તું હુબહુ સાંજ રચે !

*****

ઓલિયા

ઓલિયાના નામે છોડી મારગ જા તરી,
કામ તો પડેને 24 કલાક ઓલા હર્ષના આંસુંનુ !

*****

સીનો

ઇશ્કની ડેલી પર ઠાઠ રાખવામાં ....
નમવાનું ફવડાવવું પડે ;
સીનો ટટાર રાખશો તો ફના થઈ જશો !

*****

ખોખલો

સંજય રાઉતે બનાવ્યો અંધ ધૃતરાષ્ટ્ર ઠાકરે ઉધ્ધવને,
દેશને ખોખલો કરે છે - કોણ કહેશે આ સફેદ ઉધઈને !
(કંગના v/s શિવસેના)

*****

ગાજવીજ

બને જો તું સૌર-ઉર્જા સંગ્રહી પતંગિયું,
તો રૂપાળી સુંદર પાંખોની આગોશમાં તારા,
ગાળું મારું જીવન હૂંફાળું !

*****

પહેરણ

ક્યાંથી તૂટે ? એ ટાંકા નથી રફૂ છે ,
સદાયે રહેશે.......વટથી પહેર,
જમાના માટે આ પહેરણ ફેશન છે, પણ તારે
માટે જીવન !

*****

ડામ

ડામ તો ક્યાંથી પડે ? ગુસ્તાખી તમારી નિર્દોષ છે જે,
પણ હા શરમાવાની શક્યતા ખરી,
છોડ લજામણીનો છું હું એટલે !

*****

ચાતક

ચાતક નજરે રાહ જોવી - ગમે છે તારી ટક-ટકની ;
થનગાટ કરું છું યાદ કરવાની, તારી અનોખી
કટ-કટથી !

*****

ઉછાળા

આ તો પ્યાર છે વ્યાપાર નહીં કે દામ હોય,
આપનું સ્મિત ઝેલી વળતાં કર્યા આંખોના ઉછાળા !

*****

પાગલ

પ્રણયનો પ્રપંચ કોણ સમજ્યું છે અહીં ?
પ્રથમ પાગલ થઈ શાયર થાય છે અહીં,
પછી શાયર રહી જાય છે ફકત પાગલ અહીં !

*****

નીર

પ્રીતની હમેશાં આ રીત રહી છે, આ મુશ્કેલી
સૌને નડી છે,
પછી એ - લૈલા-મજનુ હોય કે
સલીમ-અનારકલી,
હોડી કર કે પૂલ બાંધ ? નહીં તો -
કાંઠે ઉભા રહી વહેતાં નીર નીરખ !

*****

તકલાદી

શાદી છે સામાજિક રસમ અને જીમ્મેવારી,
બની શકે ઘણીવાર શાદી એક વ્યાપાર,
પ્રીત હોય છે પોલાદી જો પાર્ટનર ફૌલાદી,
જ્યાં સ્વાર્થ અને શંકા પ્રીત ત્યાં તકલાદી !

*****

હિસાબ

ફર્ક છે ગમ અને હર્ષના આંસુઓનો,
દર્દનો તું હિસાબ રાખે છે ને,
હું હરખની એ પળોને, ફરી ફરી જીવું છું !

*****

રુબીક

જાણે છે સહુ, અટપટી છે બહુ,
રુબીક મેજીક રમત પ્રણયની, છતાં રમે સહુ,
લૂંટે રહસ્ય સહુ, ગુંચાવાની મઝા પ્રણયની !

*****

ચાલશે

કેમકે ધોળો આમ તો ઘડપણની છે નિશાની,
શમણે ધોળું મેઘધનુષ અનુભવની છે નિશાની !

*****

ઇર્ષા

સૂરજને ઇર્ષા થશે તો ચંદ્રને,
બોલાવી તારામાં ભળી જઇશ,
પડછાયાને જૂદો કરવાનો કિમીયો ..
સૂરજ પાસે નથી સિર્ફ ઢળી પડ્યા સિવાય !

*****

દુકાન

મયખાનાનું નામ ક્યારથી થઈ ગયું દુકાન ?
તૂટેલાં દિલ કડવા-મીઠાં જામથી સંધાય છે !

*****

પલ્લુ

ધીરેથી પલ્લુ સરક્યુ શિરેથી સાલું એવું,
ઘડપણ પણ માંગે જવાનીની ભીખ - કેવું ?

*****

અધુરો

એમ જ અચાનક મુલાકાત થોડી તારી સંગ થાય,
પાછલા જન્મનો અધુરો સંબંધ કદાચ હવે પૂરો થાય !

*****

જોડાણ

કાનની તકલીફ સમયની બલિહારી છે,
પણ હૃદયનું હૃદય સાથે સીધું જોડાણ છે !

*****

ડાઘ

અશ્રુઓ રંગીન હોત તો,
તસવીરોની પહેચાન ગમગીન હોત;
ડાઘ તો આમેય દિલના પજવશે તને !

*****

ચાંદની

બંધ આંખોમાં તારાઓના ઝુંડમાં શોધતો રહ્યો હું ચાંદ,
ખુલી આંખ ને સામે જોયો, હાથમાં ચાંદની લઇ
ઊભો ચાંદ !

*****

ચાહ

મળસ્કે જોયો વાઘ ઉભેલો,
બકરી સામે લઇ 'વાઘબકરી' ચા,
ચૂમીઓના નાસ્તામાં ખબર પડી,
"ચા" નહીં એ હતી "ચાહ" !

*****

દોર

ગમો-અણગમો પ્યાર-રીસામણા એ તો દોર છે,
બકા સ્વપ્ન મોકલી-- લે મનાવી અણગમાને !

*****

પનઘટ

આવશે લેણા-દેણીવાળી નાર અલબેલી,
ધીરજ ધર બેડલું થશે છલોછલ;
રોજ થઇશ તરસ્યો છતાં છલકાઇશ,
સો ટકા એ પનઘટ પર !

*****

મીઠું

રોકી લે આંખોના ઉંબરે, આંસુઓને આત્મહત્યા
ના કરે ;
ઢાંકી દે ઘાવોને કેમકે લોકો, હાથમાં મીઠું લઇ
અહીં ફરે !

*****

કોરોકટ્ટ

અમે હતાં તો સ્નેહની વાછટ, પણ તને ભીંજવી
ગઈ ‘તી ;
આજે અમને ના જોઇ વરસાદી માહોલ,
વચ્ચે પણ તું છે સાવ કોરોકટ્ટ !

*****

ધોધ

તમે આઇ-લાઇનર જન્મદિવસ નિમિત્તે આપી’તી ...
છે યાદ ? લગાવતાં જ ખૂણેથી આંસું શું સરી ગયા ...
પ્રેમનો ધોધ કરી ગયો ભીનાં હોઠ !

*****

નીંદર

આવે નીંદર કુંભકરનશી કેમકે ,
સપનામાં છે તારી મહેબૂબા..
એ આસમાં કે સપનું સાકાર થશે,
કાન સરવા થઈ ગયા આહટ સાટુ !

*****

કંકોત્રી

નિયમ છે સમાજનો પ્રેમનો અંત આણવાનો,
લગ્નની આપી કંકોત્રી ખટાક નાતો કાપવાનો !

*****

સરિતા

તો શું પ્રેમ સંતાવા જ સર્જાયેલો છે,
તો શું વિરહ ચહેરો નિસ્તેજ કરે જ છે,
તો ડર શાને - દરિયાસમ આંખો ના વહે,
અશ્રુઓ તો સરિતા થઈને વહી જાય !

*****

સ્વપ્ન

અમને બંધનમાં જોઇ તમે ગયા ડરી,
એટલે અચાનક આપની આંખ ગઇ ખૂલી,
માટે સ્વપ્ન રહ્યું અધૂરું ને અમે ગયા નાસી !

*****

ત્રિભેટો

ત્રિભેટો એ તો તન..મન...
ને દિલનો ત્રિવેણી સંગમ ;
એ ફંટાશે ત્યાં થશે આત્માનુ મિલન !

*****

રમતિયાળ

અજંપા, હવે જપને, તો વધુ 'જંપ' કરવા લાગ્યો,
પછી મેં બી રમતિયાળ બાળકને જીવંત રાખ્યો !

*****

ફડકો

આપના દિલને કહો -- શાંતિથી ધડકો !
બેઠાં છીએ અમે અંદર પડશે અમને ફડકો !!

*****

કૃતિ

ઈતિહાસ તારો સાક્ષી છે, વર્તમાન તારા પર
મહેરબાન,
ભાવી તારા ભરોસે, સુંદરા તું રહી હમેશા જાજરમાન,
કવિ, ચિત્રકાર, શિલ્પકાર રચે કૃતિ તારી ભૂલી ભાન !

*****

સત્ય

તાજું ફૂલ ચઢે દેવ ચરણોમાં,
સમય સાથે કરમાતું જાય... પછી ? ફેંકી દેવાય !
એજ સનાતન સત્ય છે !

*****

ઇશ્વર

ઇશ્વર તો પંકાયેલો જ છે એના દસ્તૂરથી...
મારી સાથે અંતર રાખવાનું, તને નહીં પોસાય ...
ને એને નહીં ગમે !

*****

તલપ

મળે થોડું તો લાગે તલપ વધારેની, હજી વધુ ઘણું બધું,
પણ જાય લૂંટાઈ સઘળું, લાગે ત્યારે થોડું હતું ઘણું બધું!

*****

ખાખ

રમતિયાળ દિલ નાદાનીમાં કોઈની મહેફીલમાં
જઇ ચડે છે, જાણવા છતાં શમામાં બળીને
ખાખ થવાની રસમ પૂરી કરે છે!

*****

ઇચ્છા

નાની વયમાં નિર્દોષ નિર્મલ હોય છે ઇચ્છા,
સ્નેહ-પ્રકાશ અને પ્રેમ-જળથી, જો ઉછેરી હોત ઇચ્છા;
તો મોટી થઈ નામ ઉજાડત નહીં, પણ
ઉજાળત... ઇચ્છા,
અરે..રે... બીચારી ઇચ્છા -- અકારણ મરી પરવારી
ઇચ્છા !

*****

બેરંગ

નથી લખતો ખોટું, નથી લખતો બેરંગ ફિક્કું,
લખું જે સીધું દિલથી નીકળી જગાવે દર્દ મીઠું !

*****

મહેલ

દરિયા કિનારે રેતીમાં રચાતા સપનાના મહેલ
બહુ જોયા છે,
એક જ ભરતીમાં પાણીમાં ગરકાવ થતાં પણ
બહુ જોયા છે !

*****

ઇજા

તારું આમ અચાનક ખોવાવું જાણે કાલાપાનીની
સજા,
વિનંતી તને પાછી આવ, તારી પડી ટેવ
કરાવે મોટી ઇજા !

*****

સેન્સેક્સ

સ્નેહશાસ્ત્ર કરે અર્થશાસ્ત્રના સેન્સેક્સ જેવું ચડ-ઉતર,
થઈ ગઈ છે આમવાત, વિરહનું ચડવું ને
સંગાથનું ગગડવું !

*****

અંગત

ગમતા પ્લોટનો સોદો પડતો ના મૂકાય,
ભૂમિપૂજન કરી એને આપણો અંગત બનાવાય !

*****

વળગણ

પહેલાં દર્શને દિલમાં જાગે અરમાન તે
સગપણ,
પછી પ્રેમનું ગાંડપણ બને –વળગણ, ઝોલાં
ખાય બંને વચ્ચે !

*****

કીડીયારું

ઇચ્છાનું હમેશાં કીડી નહીં કીડીયારું જ હોય,
દૂધમાં સાકરની માફક સમાશે ઇચ્છાઓનાં ધાડા !

*****

કચકચ

મારો અંધકાર લંબાય .. તો કચકચ તો થાયને ;
મફત પ્રકાશ પણ સાથે .. ગરમી રકઝક તો
થાયને !

*****

ઝાંખપ

ઝાંખપ હશે આંખોમાં ધસી આવેલા આંસુંઓની,
ચાંદનીના ચાલ્યા જવાથી રાત અંધારી ભાસી !

*****

લપછપ

હમણાં ઉગશે મારો "સૂરજ" એમાં,
રાત આખી વીતી – લપછપ છે એની ;
દિવસે મારા સૂરજના પ્રકાશમાં મારા,
દિવ્ય તેજથી અંજાઈ લપાઇ જાય છે ચાઁદ !

*****

એકાકાર

શોધું છું પ્રિયતમને જે હૂબહૂ મારી ફ્રેમમાં ફીટ થાય,
યોગ્ય એ, જે મારા પિતાના ચિત્રમાં એકાકાર
થાય !

*****

ચાલ

સારું છે કે આવ્યું ટપાક કોઇ તૈયારી વગર,
રોજ મરવા કરતાં યમરાજની આ ચાલ સારી !

*****

કૂકડો

કૂકડી ક્યાં જાણે છે ઇન્ફેક્શન છે ?
કટકટ તો કરેને..
કૂકડો નહીં બોલે તો સવાર કેમ પડશે ?

*****

સિતારો

તને "તારો" નહીં,
"સિતારો" બનાવવો છે કોઇનો,
....કલબલ ક્યાંથી છોડું ?

*****

ઉલટતપાસ

પૂરી શક્યતા છે તારી થશે ઉલટતપાસ – કારણ
કે'તીતી માં,
ઉંઘમાં હું તારું જ નામ બબડ્યા કરું છું એમ
કે'તીતી માં !

*****

ખામોશ

જીવન વિતાવવાની ઇચ્છા હતી સંગ તુજ એ ધરબાઈ ગઇ,
કેમકે તું રહી ખામોશ- પણ ઘેલો હું હજી અધીરો છું,
તારી આવવાની અપેક્ષામાં !

*****

સોગાત

ચહેરા પર તારા ઝુલ્ફોંનું ફરકવું, કોઇ ઘટા ના કરી શકે માત, કેમ કરી ભૂલું એ ચહેરો,
જમાનો વીત્યો પામતાં આ સોગાત !

*****

કટાણું

તમે હેડકી ના મોકલો.. એટલે મારે સતામણી કરવી પડે,
પછી ટાણું હોય કે કટાણું !

*****

વર્ષગાંઠ

આ વર્ષગાંઠે શું આપું ? પૂછ્યું એણે,
બહુ મોંઘો છે - આપીશ ?
તો સોગાતમાં ‘સમય’ આપ !

*****

યાદ

સ્નેહીજને શું બે ટિકિટ ફ્રી આપી સિનેમાની ને મને,
આવ્યા યાદ તરત તમે, લાગે છે પ્રેમ થયો
છે મને !

*****

છૂટકો

ધૂણાવે માથું એટલે ‘ઇનકાર’ નહીં,
ફૂટપાથે બેઠા એટલે ‘ઇંતજાર’ જ નહીં,
આંખોને આદત નાચવાની,
માટે થોડી સૌ સાથે થાય ચાર !

*****

હપ્તો

કલમ કદી અટકતી નથી, રોજ નવી સ્યાહી
પૂરાય છે,
પ્રેમકથાને છેલ્લો હપ્તો હોતોજ નથી કેમકે :
સલીમ-અનારકલી વિશે રોજ લખાય છે !

*****

ચણભણ

સૂરજ સાલો મોટો રોમિયો, સવારે ઉષા સાથે,
બપોરે ઉષ્મા સાથે, સાંજે સંધ્યા સાથે, રાતે નિશા સાથે,
તો ચણભણ તો થાય ને !

*****

મલમ

પ્રણયમાં જખ્મો અનિવાર્ય છે,
એમનું રૂઝાવું પણ સ્વાભાવિક છે;
ધીરજ ધર ખણવાની જરૂર નથી,
પ્રેમનો મલમ ઉત્તમ દવા છે !

*****

ઝટકો

રાખો ખટકો કે કહો અટકો,
એકવાર અડ્યા ત્યારે ખાધો'તો ઝટકો !

*****

સ્મિત

યાદ કરવા પૂરતી છે તસવીર તારી,
બહેલાવવા દિલ જરૂરી,
સ્મિત નથી આપતી તસવીર તારી !

*****

ટપક

જૂની થઈ વાત - પ્રણયમાં પડવું આંસુનું
ને દેખાતો તારો ચહેરો, કર વાત નવી-
શું સંભળાય આંસુ પડતા ટપક .. ટપક !

*****

પ્રણય

માનું છું -પણ પ્રેમ ને પાછો પુરાણો ? નથી સમજાતું,
ગઝલનો હમેશાં રહ્યો આધારસ્તંભ પ્રણય,
દુહાઈની ક્યાં છે જરુર ? નથી સમજાતું !

*****

ઇર્શાદ

ચણભણ, હોબાળા, લોહીઉકાળા....
તો રહેવાનાં શાયરના નસીબમાં,
સ્થાવર મિલકતની ગરીબી ને ગઝલોની અમીરી જ હોય;
"ઇર્શાદ"ના ઘોંઘાટ ને તાળીઓનો તરવરાટ હજુ ઘરમાં છે!

*****

બેહોશ

શોધો શહેરમાં આપણા - મદ્યપાનની દુકાન,
મેહુલિયો આવે છે ને જાય છે,
ગરજે છે પણ લડખડાઇને જ પડે છે !
(ગાંધીનગરનો વરસાદ)

*****

આગાહી

આગાહી ખોટી પડે કુદરતનો ક્રમ નહીં,
પ્રેમનો એ નિયમ છે, પહેલાં તમે થોડા તરસો,
પછી જો હું કેવી વરસું !

*****

શિશુ

જ્યારે ગાય છે તું ગીત - હાલરડું સમજું છું,
પછી શું ? થઇ શિશુ તારે ખોળે પોઢી જઉં છું !

*****

આવજો

અમે "આવજો" કહેતાં નથી,
કહીએ છીએ "જઇને આવું છું",
તમારા હોઠ પણ કાંપ્યા હતા,
જ્યારે "તુઝપે ફિદા" કહ્યું'તુ !

*****

સમય

તારે વહેલા શું કામ જવું છે ?
સમય તારો રોકીશ મારા સમય સુધી,
હવે સાથે જ જઇશું ને, બરાબરને ?

*****

થેલો

શૈશવની શાળાની સંતાકુકડીના ક્રશનો ખોલું છું થેલો,
ઘડપણ સાલું ગાંડું થયું છે, રમવા પ્રણય થયો છું ઘેલો !

*****

મોતી

બનાવીને મોતી તારી તસવીરોને,
પરોવી પ્રણયનો દોર બનાવી છે સુંદર સોગાત,
ખબર જ ના પડી ક્યારે મોતી વેરાણામાં ચોકમાં !

*****

હાર

જે ભીંત પર આપણે બંને મલકાતા'તા,
ક્યાં ખબર હતી ત્યાં તું એકલો,
હાર પહેરી લટકી જઇશ? હવે તો સ્મૃતિપટલ પર..
જામતી ધૂળ જ ઉડાડવી રહી!

*****

માસ્ક

ખીંટીથી ઉતારી રોજ નવો માસ્ક પહેરી,
જૂની ગલીઓમાં મારવા આંટો નીકળું છું;
પાછો ફરું એટલે ફરી ખીંટી પર લટકાવી દઉં છું,
પછી કરચલીઓ જોઈ હરખાઇ પડું છું!

*****

રણકાર

આગમાં શેકાઇ કોતરાઇ જ ઘરેણું ઘડાય છે,
દાટી દે દાબેલા નિસાસા....
પ્રેમનો રણકાર સાંભળી રોમાંચિત થા!

*****

બાબુ

'ઓમ શિવ શંભુ' કરે છે ચરસી બેબો રિયા
સંગ સુશાંતબાબુ,
પછી તો મોર્ચરીમાં 'બેબો' બોલેને - "આઇ એમ
સોરી, બાબુ !"

*****

રમકડું

ટપકું પાંપણ મહીંથી ?
ધસી આવ્યું આંસુ ને પૂછ્યું --
વળી પાછું રમકડું કોણે તોડ્યું ?

*****

દાદરા

ઘણું લખાય છે,
નિવૃત્તિની પ્રવૃત્તિમાં જીવનનુ ગણિત સમજાય છે,
લિફ્ટ નથી હવે ઉંમરના દાદરા ચઢાય છે ?

*****

નઘરોળ

નઘરોળ છે એટલે જ તો દિશાઓ દિશાહીન છે,
પૂછો સવાલ -- આ. .ઝરમર વરસતી વર્ષાને,
ખળખળ વહેતી સરિતાને, ઝમઝમ ઝરતા ઝરણાંને,
ઉત્તર આપશે વટથી !

*****

ત્રિશુલ

દિકરીને ઝાંઝર પહેલાં ત્રિશુલ પકડાવી,
અબળામાંથી સબળા બનાવી,
એની આંખોનો ખોફ ગુનેગારોને દેશે કંપાવી !

*****

મહેક

છપાવ્યો છે ગઝલ-સંગ્રહ કે જો આવે મારી યાદ,
તો પાનાં પર મળશે મારી મુસ્કાનની મહેક !

*****

ઇશારો

હવે સાચું-ખોટું કહેવાની જરૂર ક્યાં ?
કાનમાં હવે ગણગણવાની જરૂર ક્યાં ?
તારા પ્રેમનો નેક ઇરાદો .. આંખોએ કર્યો
ઇશારો વટથી !

*****

પડછાયા

દુખિયારો ને સુખીયારો જીવન ક્રમ છે,
છાંયામાં પડછાયા થાય વિલીન કુદરતનો ક્રમ
છે !

*****

મઝધારે

વટવાળો કિનારો શોધતા પહોંચ્યા મઝધારે,
પકડ્યો છે ને જોઇયે છીએ હવે ;
જોખમમાંથી એ ઉગારે છે કે ....
અમારે તરીને પહોંચવાનું છે વટથી !

*****

ખોટ

ખોટાં રીસામણાં કરતી એ,
નહોતી કોઇ ઉણપ મારા પ્રણયમાં !
પણ આ સાચું રીસામણું,
ખટકે - ક્યાં રહી ખોટ મારા પ્રણયમાં ?

*****

આસ્વાદ

ચાખી લે પ્રણયસુરાનો સ્વાદ અન્યનો,
કોઇના નહીં થઇ શકો તમે,
કેમકે પૂરો આસ્વાદ માણ્યો મારા પ્રણયનો
છતાં ક્યાં થયાં અમારા તમે ?

*****

ડોકટર

ડોકટર ખોટો એટલે સમજણ ખોટી,
જાણે છે તો પકડ એ પ્રણય તબીબને,
દવા ફક્ત એની પાસે ભણકારાના સણકારાની !

*****

કોયડો

ઉકેલ કોયડો – મુશ્કેલીઓનો સરવાળો,
પૈસાની બાદબાકી,
દુશ્મનોનો ગુણાકાર ને દોસ્તોનો ભાગાકાર !

*****

આસમાની

હસતો'તો એની આસમાની ચાંદની સંગાથે,
ખેરવી નાંખ્યો ધરાની ચાંદનીએ વટથી !

*****

ઘોડા

જીવનના અંત સુધી કામ નથી પૂરાં થવાના,
યાદોંના સમંદરમાં કદી નીર ઓછાં નથી
થવાના,
બે ઘોડા પર સવારી કરવાની આવડત પેદા કર !

*****

ઠેસ

જ્યારે જ્યારે વાગી તને ઠેસ,
ત્યારે ત્યારે જ પ્રેમમાં બદલ્યા તેં વેશ ;
બદલ ઠેશની ખેસ. .... હિસાબ કર --
ઓલી રોમાંચક પળોનો વટથી !

*****

કવિતા

પહેલાં નામે બોલાવી,
પછી વ્હાલા નામોની ઝડી વરસાવી,
પછી કવિતા બોલી હવે વ્હાલા નામોની પુસ્તક
પરબ ખોલી ?

*****

કંપન

પંખીને ભરવી છે પહેલી ઉડાન ગભરામણ તો થાયને,
શાહજહાં પત્રમાં રચે છે તાજમહેલ – કંપન તો
થાયને !

*****

પડિયો

જ્યારે યાદોના સમંદરમાં ડૂબકી મારો,
એટલે ભેજ નહીં ધસમસતો દરિયો જ આવે ;
સંબંધનો પડિયો હોતો નથી કદી કાણો,
વિઘ્નસંતોષી જમાનો હમેશાં પાડે કાણું !

*****

જીંદગી

શૈશવ, જવાની, ઘડપણ એકસાથે જીવ્યા કર
જીંદગી, ક્યાં મેં કોઇને રોક્યા છે ?
ક્યાં છે કોઈ જેને રોકી શકું ?

*****

ખોજ

નખરાં તારાં જોતો રહ્યો મૌજમાં તારી જીવતો રહ્યો,
રમતાં પત્તા કપાયું પત્તું, ખોજમાં તારી તરતો રહ્યો !

*****

પાંપણ

આંસુઓના તોરણો હર્ષના ભારથી પડશે તૂટી,
પાંપણ ખુદ ખૂબ સુંદર એને શી જરૂર શણગારની !

*****

કદર

દૂરથી સામીપ્ય વધારો છો, પાસે આવો તો જરી,
આ ખેલ ક્યાં સુધી રમશો ? જેને છે કદર પ્રણયની -
ક્યાં સુધી એમને તડપાવશો ?

*****

ધારદાર

હજી મામલો ફોરેન્સિક લેબમાં છે – શું છે ધારદાર ?
તપાસ ચક્રવ્યૂહમાં - નજર તમારી કે ચાકુ ધારદાર ?

*****

દરજી

ભૂલી ગયા તમે કે અમે દિલના ડૉક્ટર શ્રેષ્ઠ,
કાચા દરજી શું સાંધશે ફરી ફાટવાનો રહેશે ડર !

*****

ઘૂંટડો

હુશ્ન એટલું નજદીકથી નીકળ્યું ,
એક નજર શું ગઇ મળી,
ઇશ્કનો ઘૂંટડો પીવડાવતું ગયું,
જીવનની સંધ્યા એમાં ઢળી !

*****

ગઝલ

ગઝલ આપની પ્રાર્થના સમી રોજ ગવાય છે,
પ્રસાદમાં જે સ્વાદ એ મમળાવવામાં ક્યાં ?

*****

પરપોટા

એજ કરી તેં ભૂલ – મુઠ્ઠીમાં પરપોટા પકડવાની,
પાણી કરશે પાણિગ્રહણ,
ખોબો ખાલી નહીં રહે - જા કહ્યું તને !

*****

જામ

તૂટેલા પ્યાલામાં ક્યાં જામ ?
ઇશ્કીબિમારને ક્યાં આરામ ?
કેમ નથી સમજાતું તને કે તૂટેલા દિલનું
કોઇને હવે શું કામ ?

*****

ચહેરો

અમે તો આંખોથી વાંચી ને દિલથી સાંભળી છે,
જો ઉભરે ખતમાં ચહેરો તો કહેશે બેવફા નથી
અમે !

*****

તોફાની

શું વાત કરો છો !
જકડી રાખ્યા છે સપનાની બેડીએ ;
જોવા મળશે તોફાની અરમાનો .... જરા પાંપણો
તો ઢાળ !

*****

વ્હાલ

પકડી છે કેમકે ગરદન તારી ઝૂકે એ ન પાલવે,
ગરદન પર છાપ અને તારો જાણીતો હાથ -
સ્વભાવિક છે કેમકે વર્ષો જે કરેલું વ્હાલ !

*****

ગરદન

રે'વા દે જૂની ઇચ્છાઓનું ગરદન મરોડવાનુ ;
આપમેળે દટાઈ જશે સમય સાથે ;
બસ તું પોશ નવી ઇચ્છાનાં છોડને,
જો નવા ફૂલ ખીલશે !

*****

ભ્રમરો

ખેંચી તલવાર ખૂણે આંખોના,
પાંપણને આપ્યો રંગાકાર ;
કીકીમાં કાજળ ને ફાંકડી ભ્રમરો
જાણે "જીમ"નો આકાર !

*****

છલોછલ

પ્રણયના માર્ગે ગાડી દોડે ધીમી-ફાસ્ટની સમસ્યા
છે જટિલ, રિઝર્વમાં આવે, પણ નવા મુકામે
દિલની ટાંકી ફરી છલોછલ !

*****

તડપન

તારા ફફડાટને બાજુએ મૂકી,
મારી તડપનને જોઇ જોજે,
ફિકર ના કર તારી બધી દુવાઓ,
દવામાં પરિણમે છે એ સમજી જજે !

*****

ક્ષમતા

સમજી લેજો, મજબૂત પણ એટલું છે,
તરડાય – મચડાય – ટૂકડાય થાય પણ --
ફરી જોડાવાની ક્ષમતા ધરાવે છે !

*****

પરાગ

"પરાગ" છું ફૂલમાં રહું છું,
પતંગિયું એની મેળે ખેંચાઈ આવે છે ;
તને ક્યાં પકડવાનો છે ? તું તો ફૂલમાં
જકડાયેલો છે !

*****

આશ્ચર્યમ્

હશે વિમાસણમાં ડૉક્ટર જ્યારે કરશે મારૂં પોસ્ટમોર્ટમ,
"આશ્ચર્યમ્" બોલશે ડૉક્ટર - દિલ વિનાની જોઈ લાશ !

*****

બાથ

ઝૂકે ત્યાં સુધી ઠીક પડે તો પગલાં લેવા પડશે,
ચૂમે ત્યાં સુધી ઠીક બાથ ભીડે તો પગલાં લઇશું !

*****

દિશા

કરી યાદ તો ના કર ફરિયાદ,
વર્તમાન જ છે પ્રણયમાં ભૂતકાળ નહીં ;
નવું ઘર માંડવા કર્યો'તો ગૃહત્યાગ,
પવન દિશા બદલ્યા કરે પ્રેમ નહીં !

*****

પ્રિન્ટર

અરમાનોના સાથિયા દોર્યા છે દિલની યુએસબી ડ્રાઇવમાં,
જો તું લાવે પ્રિન્ટર તો સોનેરી સપનાંનું બનાવીશું આલ્બમ !

*****

સૂરજ

દાઝેલો છે પ્રેમમાં સૂરજ ક્યાંથી ઠરે ?
હા મોકલે છે શીત-ચાંદનીને ઠારવા ધરાને,
ક્યારેક બળતી ધરાને વર્ષાથી ... શાતા આપી
મહેકાવે પણ !

*****

જખમ

અંતરમાં બેઠા - અંતર કેવું ?
ચશ્માં હવે સાફ કરી દીધાં ; સરખાવ્યા. ..
તમને અનેક નાના-મોટા ને મને એક જ પણ
ઊંડો જખમ !

*****

ચીલો

પાછળ રહી તો દોડીશ, આગળ નીકળી તો ઉભીશ,
ચીલો એજ ચાતર્યો છે, ડગરના અંત સુધી
સાથેજ રહીશ !

*****

બલિહારી

જોઇએ તો બધું,
પણ પસંદ પડે એ ચીજ તારી થોડી થાય ?
આ તો નસીબની બલિહારી યા તો સમય
સમયની વાત !

*****

સ્વાદ

કડવા-મીઠાં , ખારા-ખાટાં , ગળ્યા-મોળાં ચાખ્યા છે
સ્વાદ,
પણ કંઇ અનેરા વલોપાત કરતાં અનુભવ્યા
સંબંધોના સ્વાદ !

*****

પગલાં

ભર્યાં નક્કર પગલાં પવને મને છેડવાનાં,
કે જેથી તમે ના કરો ભૂલ મને છોડવાની !

*****

હુકમ

થયો'તો હુકમ લખ્યું લલાટે ભોગવવાનો,
કેમ ભૂલું જ્યાં દરેક ચહેરામાં ..... દેખાય તારો ચહેરો !

*****

શરાબખાનુ

ઇશ્કના અનુભવથી
મહોબતના મરીઝો માટે ખોલ્યું છે દવાખાનું ,
ઇશ્કના જખમની
અગણિત દવાઓ જાણે ગાલિબનું શરાબખાનુ !

*****

વજન

વજન શબ્દોનું તો એ જ જાણેને,
જે ઉઠાવે છે ચુપકીદી હોઠ પર !

*****

આહટ

ફક્ત મળે જોવા જો બસ તારી એક મુસ્કુરાહટ,
પછી સાંભળવા નહીં મળે મુશ્કેલીઓની આહટ !

*****

છેડો

કોઇવાર એક છેડો પાછો ખેંચી,
કોઇવાર બીજો છેડો પાછો ખેંચી,
તો કોકવાર બંને છેડા પાછા ખેંચી,
જેમ ગાંઠ ઉકેલી શકાય છે ; તેવું જ આ
વિચારોનું પણ છે !

*****

ઢેલ

ટહુકાની ક્યાં છે કોઈ જરૂર ?
જોયો છે મોરને કળા કરતો,
ઢેલ ગઈ છે વારી દિલ હારી !

*****

બેવફાઈ

સૂરજ-ચાંદનો પ્રણય, આપ્યો ચાંદને ડાઘ ;
ચાંદની બેવફાઈ, માટે સૂરજમાં હશે આગ !

*****

ઉકાળો

અમારું તમારી સાથે હોવું જ મોટી ફૂંક છે,
અતિશય લાગણીનો ઉકાળો પી જવો જ સારો !

*****

પરેજી

એનાં મીઠાં મધુર ઓષ્ટ ને મારો "ડાયાબીટીસ",
તું જ કહે હવે કરું શું ? પરેજી પાળું કે કરું પ્યાર ?

*****

જૂનો-પૂરાણો

હતો જેનો દિવાનો થયો આજ એનો બેગાનો,
કદાચ પૂરી થઇ એષણા એની નવા સાથીની,
એટલે હવે હું થયો એની નજરમાં
જૂનો-પૂરાણો !

*****

આશિક

ચાહતમાં જરૂરી તડપન, તો સમજાય પ્રણયની ધડકન,
એમજ મળે જો આશિક; પડે ક્યાંથી ઇંતજારની સમજણ ?

*****

પાન

હું પાન લીલું થઉં છું પીળું, જોયાં ખરતા ટપોટપ,
અનેક પાંડદાઓને, અમે હતા એક જ ડાળના પાન !

*****

તોડફોડ

તોડફોડ પછી ઘણીવાર,
થઈ જાય છે તોડ નવો ;
હુકમ નથી - છે નિયમ....
અકબંધ યથાવત જળવાય છે !

*****

ટકરાવ

શબ્દોનો ટકરાવ બહુ અહમ્ હોય છે,
જોઇને ના હસ, હસીને જો, ઘા રુઝાય છે !

*****

ચપટીક

આ વાદળ વરસી પ્રેમથી તને ભીંજવી દેશે,
પછી ચપટીક શું ચાંદનીથી પૂરી કાયા લથપથ
કરીશ !

*****

ગજ-ગજ

પ્યાર 56 ની છાતીથી થાય છે એટલે,
ઝુકાવીને નહીં ગજ-ગજ ફુલાવીને ફર;
આ પ્યાર તો કમર ઝૂકી જશે
એ ઉમર પછી પણ ચાલશે !

*****

રાજીપો

કહેવું પડે, કેવી ચાલાક જીંદગી ?
નવી કાલ રોજ આપે !
પણ આ "આજ"નો રાજીપો ઝૂંટવી ખાલીપો કાં આપે ?

*****

ક્ષણો

વીણી લે આ રંગીન ક્ષણોને,
કોને ખબર કાલે આ ક્ષણો ના પણ હોય !
અરે એ કદાચ હોય પણ કોને ખબર -
એ ક્ષણોમાં હું ના પણ હોઉં !

*****

રસમ

હવે તોડી નાંખને સમની રસમને,
કોક-કોકવાર મને બી યાદ કરને,
કાશ હું પણ એવી રસમ નિભાવી શકત !

*****

સુરાલય

આંસુઓ કંઇક એમ નીકળ્યા જાણે સુરાલયમાંથી જામ,
દિલને જે સમજી ના શક્યા એને જખમ
બતાવવા શું કામ ?

*****

I-pad

વ્યવસ્થા પૂરી કરી છે બેડરૂમમાં,
ઉંઘ ના આવે જો રાતના તો
યાદોંની ગઝલ ઉતારવી I-pad માં !

*****

શંકર

ફળફળતું પી ગયો'તો શંકર થઈ ગયો,
ફૂંકવાની જરૂર ક્યાં હવે ?
ઝેર હોય કે અમ્રુત તું પચાવી ગયો !

*****

મઝા

આદત છે પાંપણોને સ્મિત વેરવાની ભીના થઈને,
ભીની આંખોએ હસવાની મઝા જ કંઇક ઓર છે !

*****

કલરવ

ભૂરિયો છે નામ, ભૂરી છે આંખ, ફ્રવો ભમ્મરિયો ;
કાળી છે કીકી, કાજળનો કલરવ, ચુંબકીય
લોચનિયો !

*****

દડ-દડ

સાંભળ્યો કદી સાગરે તેલના એક ટીપાંને
ડૂબાડયો ?
બંદોબસ્ત ગમે તેવો કર વિરહનું ટીપું દડ-દડ
સરી જવાનું !

*****

દહન

દશેરા છે નજીક ..... માંહ્યલા રાવણનું કર દહન,
તું જ નહીં હોય, જો બક્ષીસ એને !

*****

પ્રેમરાસ

તારી સાથે રાસ રમતાં,
કાનાને કાનમાં કહી દીધું ;
પણ ગરબે રમતાં જાહેર થઈ,
રોજ રમીયે છીએ સ્વપ્ને પ્રેમરાસ !

*****

ઓત્તારી

જોજનો દૂર ગયો નીકળી ફક્ત શોધતાં શોધતાં
કે છે કોણ નજદીક મારી ?
આ પણ ખરું સત્ય છે જીવનનું - ઓત્તારી !

*****

છલ

એણે લાલ આંજ્યા છે હોઠ, આંખે સૂરમાભોપાલી,
અમે લાલ નશાથી કરી આંખ, સીવ્યા હોઠ જોઈ
છલ !

*****

સપના

ખબર ક્યાં હતી જો પડે,
સપના સાચા તો મુસીબત વધે,
ગરીબીમાં મહેલોને જોયાં, હવે એમાં ઉંઘ જ
ક્યાં આવે ?

*****

કોરોના

નવા વરસની પાઠવું હું, શુભેચ્છાઓ હીંચકે ઝૂલી ;
કોરોના પામે નાશ, જૂનાં દરવાજા પાછા જાય ખૂલી !

*****

સમઝ

વાત કરું તો સમજે સૌ - આ સમાજ પણ,
ખામોશી સમઝે ફક્ત એ- મઝા છે એની પણ !

*****

આઇ લવ યુ

કહી તો દીધું સ્પષ્ટ .... દિલથી નહીં દિલમાં
ટળવાનું,
કહી તો દીધું 143 ... ના સમજાયું, નવા
જમાનાનો નારો !
(143 = આઇ લવ યુ)

*****

ખમતીધર

ન વાળ કોરા કરવા, ના કપડાં સૂકવવા –
આવી છત પર;
લાગે છે લોકડાઉનમાં પાણીવેરો ભરવા નથી
ખમતીધર !

*****

દરદ

મીઠું દરદ ઉમટ્યું છે હમણાં, શું તમે યાદ
કર્યો હશે હમણાં; દાયકા વીતી ગયા મળ્યે, છતાં
કેમ લાગે તમે ગયા હમણાં !

*****

બારાખડી

વળાંક તો આવ્યા જ કરશે,
આ પ્રેમની બારાખડી છે ;
ખ..ત..ર... છોડીને સીધા આવો.....
છેલ્લે મળીશ હું પ્રીત જ્ઞાની "જ્ઞ" !

*****

રોશની

બૂઝાયેલ દિવાને સંભાળ, રાત્રે આપી'તી એણે
રોશની ;
ના જલાવીશ, મઝા અનેરી, સ્વયં સળગી
આપવી રોશની !

*****

કડવાશ

સમજી ગયો હવે મીઠાં શબ્દોની કડવાશ,
થઈ ગયો છે જીંદગીનો અનુભવ થોડો ઘણો !

*****

ખીચડી

અમે છીએ અનોખા, રહેતા શીખ્યા નથી નોખાં;
કેમકે છીએ આપણે દાળ-ચોખા ;
એટલે ખીચડી પેઠે ભળ્યા ને હવે ,
પ્રેમ-રસની કઢીથી ખીચડી બનાવીએ રસિક !

*****

કબ્જો

તુલસીક્યારો ના થાય ખાલી ક્યારેય,
બાવળ રોપી દેજે એની રક્ષા કાજે ;
પ્રેમની કોર્ટમાં મુદત તો આવ્યા કરે જ,
કબ્જો દિલનો છોડશો તો ટેક્ષ કોણ ભરશે ?

*****

દાદુ

વ્યથિત દાદુ, હસાવવાની પૌત્રને કોશિશ કરે,
કાલુ-કાલુ રડીને દાદાને હસાવી કરામત કરે !

*****

સિક્કો

લીધું છે તે તો વ્યાજ સાથે જ, ભરપાઈ કરવું પડે ને !
શંકા એટલે થાય કે ક્યાંક ...નોટબંધી પ્રણયને
લાગે તો ?
મારો સિક્કો ને ચારઆની, બોદા ના થઈ જાય !

*****

કોયડો

અજાણ છું હજી, આ કોયડો ઉકેલવો લાગે છે અઘરું ;
હસ્યા પછી રડવું કે રડ્યા પછી હસવું - શું છે અઘરું ?

*****

ઉલેચું

રોજ મનની બાલ્કનીમાંથી એક સ્મરણને ધક્કો મારું છું,
પણ ઉલેચું કૂવો દિલનો અસંખ્ય ઘટનાઓથી કેટલો ઊંડો !

*****

કમાડ

ટાંકણા-હથોડા હોય છે મૂર્તિ કંડારવા ખડકમાં -- છોડ,
દિલના કમાડ છે કાચના – સૂરત જોવા ધીમેથી ખોલ !

*****

પૂંજી

જમા કરી લીધી પૂંજી હવે બહુ નીકળી જશે આ જન્મારો,
હવે વાપરીએ સમય-પૂંજી, એષણાઓ પૂરવા આ જન્મારે !

*****

શબ્દકોષ

કોરોના કહેર- ફક્ત માનવી જ નહીં શબ્દકોષ
પણ નિ:શબ્દ,
નવા શબ્દોની ભરમારથી "વર્ડ ઓફ ધ યર"ની
અસમંજસ !

*****

હૂતૂતૂ

હું તને ચીકુ કહું ને તું મને દીકુ,
હું તને સોના ને તું મને બેબી,
હું તને જાનુ ને તું મને જાનલી,
હૂતૂતૂ રમે નવાં શબ્દો ગેબી !

*****

મર્કટ

ભૂલ્યો... કે શું ? ન બચાવી સીતાને લક્ષ્મણરેખાએ ,
આ મર્કટ તો લંકા બાળીને જ જંપશે !

*****

રાણો

સારુ કર્યું ના પાડી એમ જેવા-તેવા,
પ્રણયના ઘુંટડા થોડા શકે પીવડાવી ?
પ્રણયના પ્યાલામાં વિષ તો છે સ્વભાવિક ;
તારો રાણો આપે એટલે અમૃત જાય બની !

*****

લોકડાઉન

માસ્ક હટે તો મ હેરબાની થાય મુસ્કુરાહટ
નીરખવાની,
લોકડાઉન હટે તો ગમે સજેલા ચહેરાના સંદેશા
વાંચવાની !

*****

બેબી-સ્ટેપ્સ

હું હજી બેબી-સ્ટેપ્સ ભરતો'તો, ખબર જ ના પડી ;
ક્યારે નીકળી ગયા એ આગળ, ભરી મોટી
હરણફાળ !

*****

અખબાર

પ્રતિદિન જુદાં જુદાં હાથોમાં વેચાવુ નથી પસંદ મને,
દિલ છે મારું અખબાર નથી, ખરીદાવું નથી
મંજૂર મને !

*****

રોનક

મહેફિલની જોઈને રોનક ગઝલ શું મેં ગાઇ નાંખી,
પ્રણયમાં મને હારેલો જુગારી દુનિયા શું સમઝી ?

*****